mommy

mẹ

daddy

bố

boy

trai

girl

gái

1

one

một

2

two

hai

3

three

ba

4

four

bốn

5

five

năm

6

six

sáu

7

seven

bảy

8

eight

tám

9

nine

chín

10

ten

mười

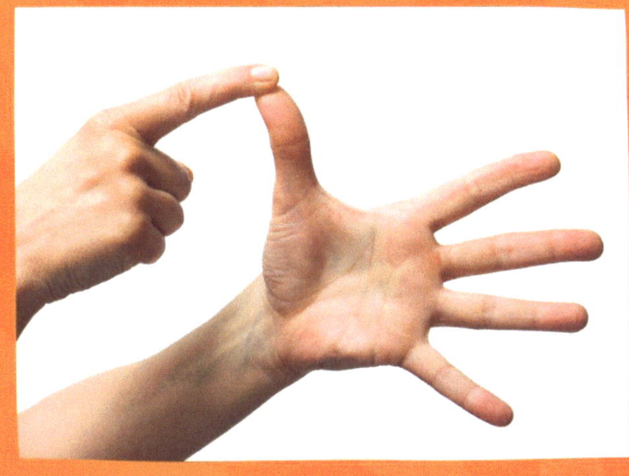

count

đếm

write

viết

draw

vẽ

paint

tô màu

circle

hình tròn

square

hình vuông

rectangle

hình chữ nhật

triangle

tam giác

star

ngôi sao

black

đen

white

trắng

brown

nâu

red

đỏ

blue

xanh lơ

yellow

vàng

green

xanh lá

purple

tím

gray

xám

orange

cam

pink

hồng

apple

táo

banana

chuối

pineapple

dứa

watermelon

dưa hấu

pear

lê

grapes

nho

mango

xoài

peach

đào

strawberry

dâu tây

cherry

anh đào

orange

cam

coconut

dừa

lemon

chanh

mushroom

nấm

corn

ngô

tomato

cà chua

pumpkin

bí ngô

cucumber

dưa chuột

carrot

cà rốt

potato

khoai tây

zucchini

bí ngòi

spinach

rau chân vịt

cauliflower

bông cải trắng

egg

trứng

plate

dĩa

spoon

thìa

knife

dao

fork

nĩa

cake

bánh

baby bottle

bầu sữa

candies

kẹo

cheese

pho mát

drink

uống

eat

ăn

hot

nóng

cold

lạnh

small

nhỏ

big

to

short

ngắn

long

dài

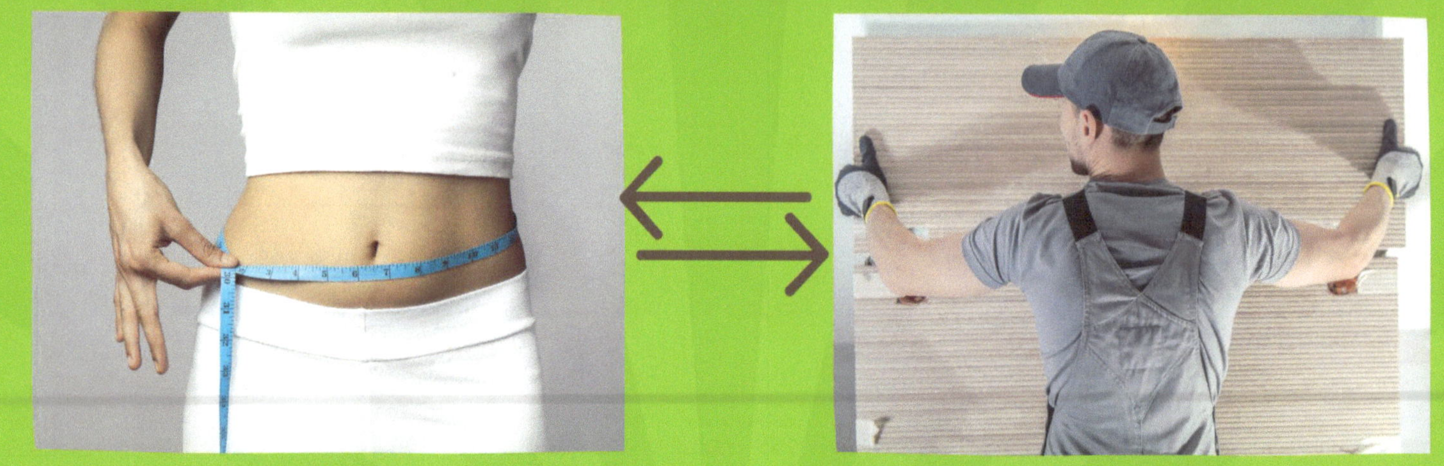

thin

mỏng

large

rộng

easy

dễ

difficult

khó

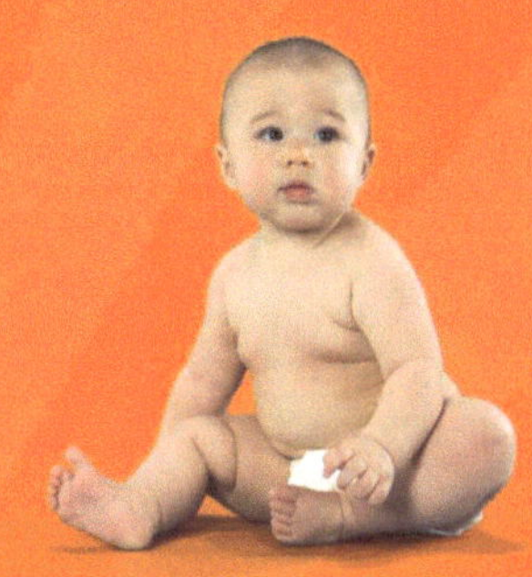

stand up

đứng lên

sit down

ngồi xuống

sweet

ngọt

salty

mặn

heavy

nặng

light

nhẹ

in

trong

out

ngoài

dirty

bẩn

clean

sạch

close

đóng

open

mở

pencils

bút chì

clock

đồng hồ

key

chìa khóa

book

sách

bed

giường

crib

giường cũi

table

bàn

chair

ghế

car

xe ô tô

bike

xe đạp

plane

máy bay

boat

thuyền

train

tàu hỏa

helicopter

trực thăng

firetruck

xe cứu hỏa

firefighter

lính cứu hỏa

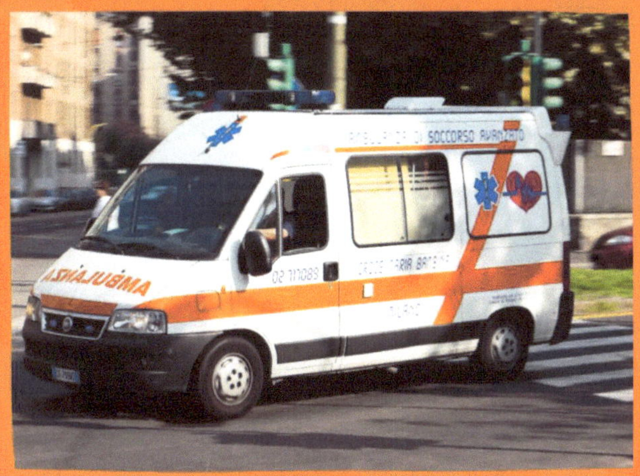

ambulance

xe cứu thương

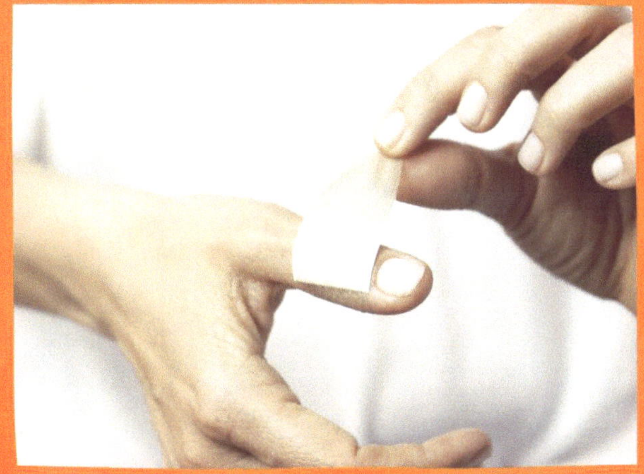

bandage

băng

paramedic

nhân viên y tế

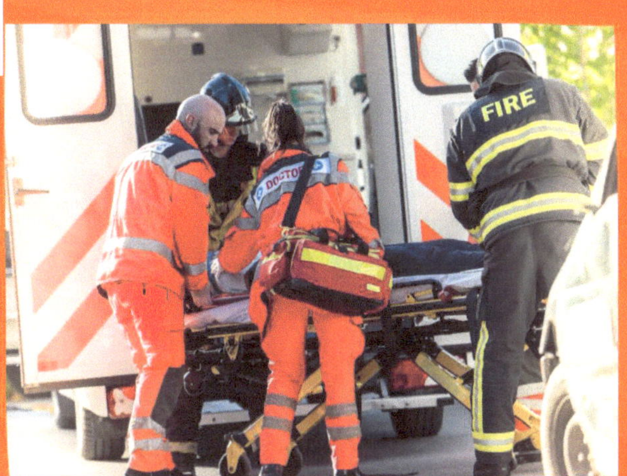

rescue team

đội cứu hộ

forest

rừng

mountain

núi

grass

cỏ

sand

cát

tree

cây

flower

hoa

butterfly

bươm bướm

ant

kiến

cat

mèo

dog

chó

horse

ngựa

mouse

chuột

cow

bò

pig

lợn

sheep

cừu

duck

vịt

goose

ngỗng

rabbit

thỏ

fish

cá

vet

bác sĩ thú y

doctor

bác sĩ

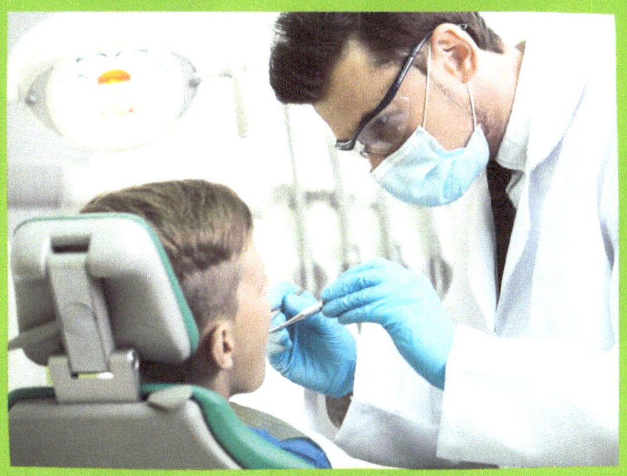

dentist

nha sĩ

pharmacist

dược sĩ

nurse

y tá

head

đầu

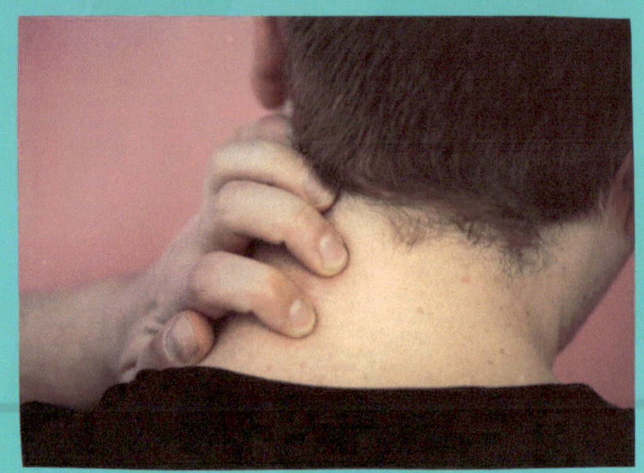

neck

cổ

foot

chân

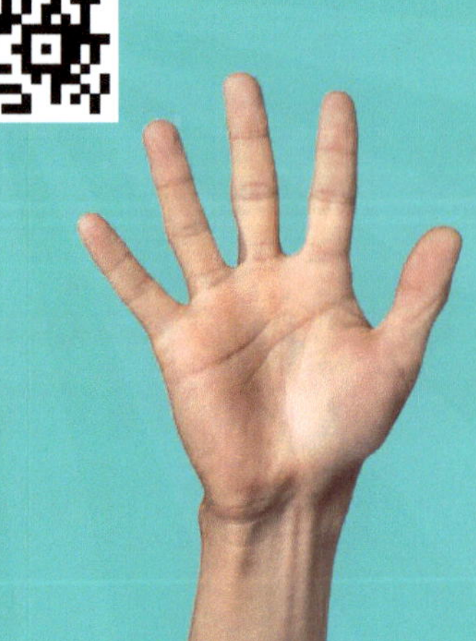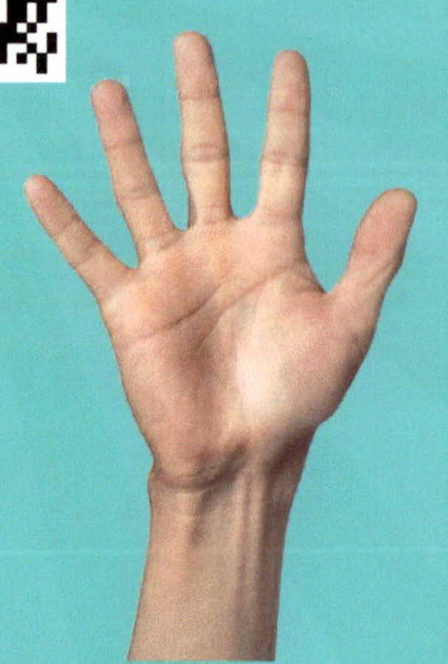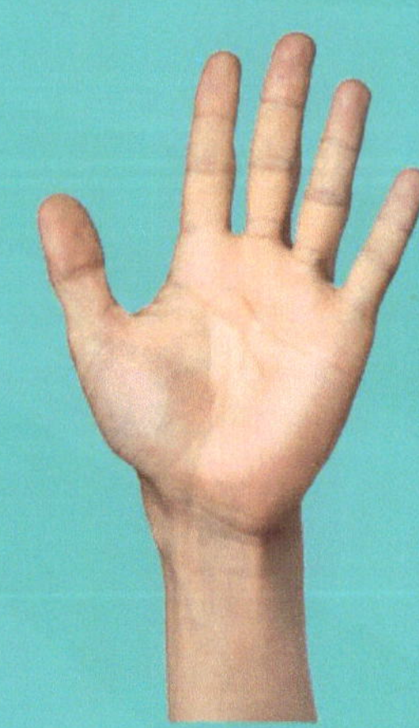

hand

tay

teeth

răng

eye

mắt

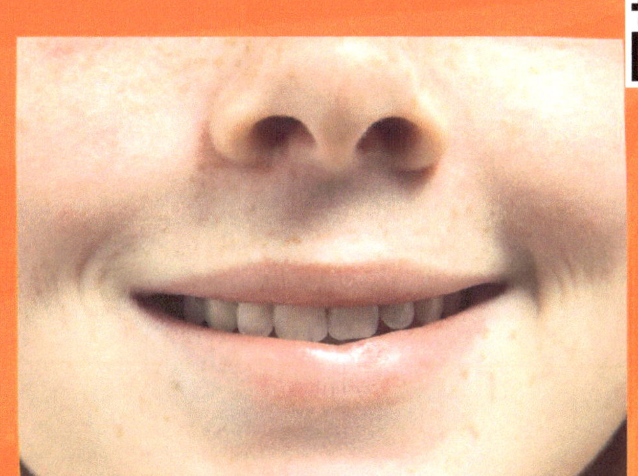

mouth

miệng

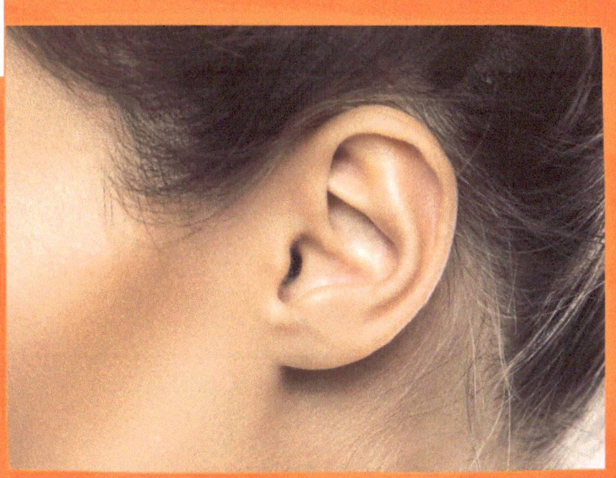

ear

tai

hat

mũ

dress

váy

pants

quần dài

shoes

giày

coat

áo khoác

scarf

khăn quàng cổ

umbrella

dù

glasses

mắt kính

sun

mặt trời

cloudy

có mây

rainy

có mưa

moon

mặt trăng